Dream big, our little Boo

– Mommy & Daddy –

www.upflybooks.com

Paperback: 978-1-7389124-1-4
eBook PDF: 978-1-7389124-2-1
Hardcover: 978-1-7389124-7-6

My First
Trip to Philippines
Unang Trip ko sa Pilipinas

Made with 🖤 by Upfly Books

Written by Yeonsil Yoo | Illustrated by Anastasiya Halionka |
Translated by Cara Madamba

"Yay! School is over!"
"Yay! tapos na ang iskul!"

Summer vacation has started at Sofia's school.
Nagsimula na ang bakasyon sa iskul ni Sofia.

Sofia is excited to play
with her favorite toys every day at home.
Excited na si Sofia maglaro ng kanyang
mga paboritong laruan araw-araw sa bahay.

"Do you like summer vacation?" Mommy asks.
"Gusto mo ba ng bakasyon?" tanong ni Mommy.

"Yeah! Vacation is the best!"
"Oo! the best ang bakasyon!"

"Why do you like vacation? What do you want to do?"
Mommy looks at Sofia curiously.
"Bakit gusto mo ng bakasyon? Ano ang gusto mong gawin?"
mausisang tinitignan ni Mommy si Sofia.

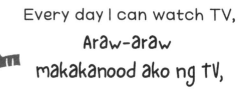

Every day I can watch TV,
Araw-araw
makakanood ako ng TV,

eat ice cream,
makakakain ng ice cream,

and play with Fishy and T-rex!
at malalaro ang Isda at Dinosauro!

Oh, and Ducky as well!
Ay, at kasama rin pala ang Itik!

"But Sofia, you can play with your toys any time. This summer,
why don't we go to the Philippines? You can try a summer camp
in the Philippines and meet new friends there!"

"Pero Sofia, malalaro mo naman ang mga laruan mo sa anumang oras.
Ngayong summer, bakit hindi tayo pumunta sa Pilipinas?
Pwede kang sumubok ng summer camp sa Pilipinas
at makakilala ng mga bagong kaibigan doon!"

"No! I don't want new friends!" Sofia shouts.
"Hindi! Ayaw ko ng mga bagong kaibigan!" sigaw ni Sofia.

"Then, what about visiting Grandma and Grandpa? If we go to the Philippines, we can visit and play with Grandma, Grandpa, Aunt, and Uncle."

"Yung pagbisita kay nina Lola at Lola? Kung pupunta tayo sa Pilipinas, pwede tayong bumisita at makipaglaro kay Lola, Lolo, tita, at tito."

Mommy talks softly while she holds Sofia's hands.

Malambing na nagsasalita si Mommy habang hinahawakan ang mga kamay ni Sofia.

"I miss Grandma and Grandpa..."

"Nami-miss ko na si Lola at Lolo..."

Sofia wants to visit and play with Grandma, Grandpa, Aunt, and Uncle, but she doesn't want to make new friends.

Gusto ni Sofia bumisita at makipaglaro kay Lola, Lolo, tita, at tito, ngunit ayaw niyang gumawa ng mga bagong kaibigan.

On the plane to the Philippines, Sofia looks out the window.

Sa eroplano papuntang Pilipinas,
tumingin si Sofia sa labas ng bintana.

Big, fluffy clouds are everywhere,
and all the houses and cars under the clouds look so tiny.
They look like her toys at home.

Malalaki, malalambot na mga ulap kahit saan,
at lahat ng mga bahay at kotse sa ulap ay mukhang napakaliit.
Kamukha nila ang mga laruan niyang nasa bahay.

But she can't stop thinking about the camp in the Philippines
Mommy was talking about.

Ngunit hindi niya mapigilang isipin ang camp sa Pilipinas
na binabanggit ni Mommy.

'What if no one wants to play with me?'
'Paano kung walang gustong makipaglaro sa akin?'

'I can't speak Tagalog well. What if the other kids make fun of me?
I just want to stay at home and watch TV every day!'
'Hindi ako marunong magsalita ng tagalog.
Paano kung pagtawanan ako ng ibang mga bata?
Gusto ko lang maiwan sa bahay at manood ng TV araw-araw!'

After a long flight, the plane lands in the Philippines.

Matapos ang mahabang byahe, lumapag ang eroplano sa Pilipinas.

At the airport, Grandma, Grandpa, Aunt, and Uncle
welcome Sofia with big hugs.

Sa airport, si Lola, Lolo, tita, at tito
ay binati si Sofia ng malalaking yakap.

Although Sofia has chatted with them through video calls so many times,
she is too shy to say "Kamusta" ("How are you" in Tagalog).

Kahit ilang beses nang nakausap sila ni Sofia sa pamamagitan
ng video calls, masyado siyang nahihiyang magsabi ng "kamusta".

So she just hides behind Mommy.

Kaya nagtago na lamang siya sa likod ni Mommy.

Aunt and Uncle give Sofia lots of toys, and Grandma and Grandpa
spoil her with so many yummy ice creams and snacks.
Sofia is so happy with all of these gifts and goodies.
Binigyan ni tita at tito ng maraming mga laruan si Sofia, at si Lola at Lolo
ay ispinoil siya ng napakaraming masasarap na ice cream at meryenda.
Tuwang-tuwa si Sofia sa lahat ng mga regalo at goodies na ito.

"Is it delicious, Sofia?" Grandma asks.
"Masarap ba, Sofia?" tanong ni Lola.

"Yeah, it's so yummy! I love ice cream! But Grandma, don't tell Mommy! Mommy said I shouldn't eat too much ice cream!"
Sofia speaks in a whispering voice to Grandma.
"Oo, sobrang sarap! Gustung-gusto ko ng ice cream! Pero Lola, wag mong sasabihin kay Mommy! Sinabi ni Mommy na hindi daw ako dapat kumakain ng ice cream araw-araw!"
Pabulong na sinabi ni Sofia kay Lola.

"Okay, this is our secret!" Grandma says, with a big smile.
Sofia slowly decides that she will like visiting the Philippines.
"Sige, sikreto natin ito!" sabi ni Lola, na may malaking ngiti.
Unti-unting napagdedesisyonan ni Sofia na gugustuhin niyang bumisita sa Pilipinas.

But whenever Mommy talks about the summer camp,
Sofia becomes worried.

Ngunit sa tuwing nagsasalita si Mommy tungkol
sa summer camp, nag-aalala si Sofia.

"Sofia, we're going to visit the new camp tomorrow.
There will be lots of games to play, fun books and toys!
And you can make new friends and meet the teachers!"
Mommy seems excited, but Sofia is upset.

"Sofia, bibisitahin natin ang bagong camp bukas.
Mayroong maraming mga laro na lalaruin, masasayang mga libro at laruan,
at makakahanap ka ng mga bagong kaibigan at makikilala ang mga titsers!"
Mukhang sabik si Mommy, ngunit si Sophia ay masama ang loob!

"I told you, I don't wanna go to the new camp!" Sofia shouts.

"Sinabi ko sayo, ayaw kong pumunta sa bagong camp!" sigaw ni Sofia.

"Why not?"

"Bakit hindi?"

"If I go to the camp, T-rex will be alone at Grandma's house.
I'm going to stay home and play with T-rex!"
Sofia looks down at the floor, trying to hold back her tears.

"Kapag pumunta ako sa camp, magiging mag-isa ang Dinosauro
sa bahay ni Lola. Mananatili ako dito sa bahay at makikipaglaro
sa Dinosauro!" Si Sofia ay tumingin sa ibaba sa sahig,
pinipigilan ang kanyang mga luha.

"T-rex won't be alone. Mommy will be there with him."
Mommy talks gently to Sofia while she rubs Sofia's back.
"Hindi mag-iisa ang Dinosauro. Sasamahan ito ni Mommy."
Mahinahon na kinakausap ni Mommy
si Sofia habang hinihimas ang likod ni Sofia.

"No! I don't like it! I don't like the camp
and the new friends!" Sofia cries.
"Hindi! Ayaw ko! Ayaw ko ng camp
at ng mga bagong kaibigan!" iyak ni Sofia.

Mommy scooches down and holds Sofia's hands to comfort her.
Bumaba si Mommy at hinawakan ang mga
kamay ni Sofia para patahanin siya.

"Sofia, we haven't even tried yet, right?
If you don't like it after you try it tomorrow,
you don't have to go anymore.
But you need to at least give it a try. Deal?"
"Sofia, hindi pa natin nasusubukan, hindi ba?
Kung hindi mo nagustuhan pagkatapos mong subukan
ito bukas, hindi mo na kailangan pang pumunta.
Pero kailangan mo man lang subukan ito. Deal?

"Okay..." Sofia reluctantly nods.
"Sige..." walang ganang tumango si Sofia

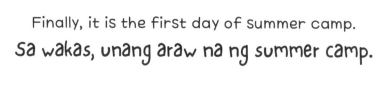

Finally, it is the first day of summer camp.
Sa wakas, unang araw na ng summer camp.

Sofia drags herself around the entire morning,
hoping to avoid going to the camp.
Binagalan ni Sofia ang sarili buong umaga,
umaasang makaiwas sa pagpunta sa camp.

"Sofia, you should hurry up and change your clothes!"
"Sofia, bilisan mo at palitan mo na ang mga damit mo!"

"Okay..."
"Sige..."

Sofia answers reluctantly, but she is still
rolling around the floor, doing nothing.
Walang ganang sumagot si Sofia,
ngunit gumugulong-gulong pa rin siya sa sahig,
walang ginagawa.

Soon, Mommy enters her room.
Maya-maya, pumasok na si Mommy sa kwarto niya.

"Sofia, you haven't changed yet?
Can you change your clothes, please, right now?" Mommy is very upset.
"Sofia, hindi ka pa nagpapalit?
Pwede bang magpalit ka na ng damit, please, ngayon na?"
masama na ang loob ni Mommy.

"Okay... I'm changing..."
"Sige..magpapalit na ako..."

Sofia sighs and starts to change her clothes, one piece at a time.
Napabuntong-hininga si Sofia at nagsimulang magpalit ng damit, paisa-isa.

Mommy, Daddy, and Sofia arrive at the school.
One teacher greets them with a big smile.
Si Mommy, Daddy, at Sofia ay nakarating sa iskul.
Isang titser ang bumati sa kanila nang may malaking ngiti.

"You must be Sofia. Welcome to our class!"
"Ikaw yata si Sofia. Maligayang pagdating sa aming klase!"

Sofia becomes even more nervous: unlike back home in Canada,
everyone here is speaking mostly Tagalog.
Lalong kinabahan si Sofia: hindi tulad sa Canada,
karamihan ng tao dito ay nagsasalita ng tagalog.

But the teacher continues talking.
"Let's say bye-bye to Mommy and Daddy,
and then I'll introduce you to the other kids in the class!"
Ngunit ang titser ay nagpatuloy magsalita.
"Magpaalam na tayo kay Mommy at Daddy,
at ipapakilala kita sa ibang mga bata sa klase!"

Sofia sends Mommy and Daddy a signal by shaking her head subtly,
but Mommy and Daddy don't seem to notice.
Sumenyas si Sofia kay Mommy at Daddy sa
pamamagitan ng pag-iling nang dahan-dahan,
ngunit mukhang hindi napansin ni Mommy at Daddy.

"Have fun!" Mommy and Daddy cheer.
"Mag-enjoy ka!" cheer nina Mommy at Daddy.

In the classroom, some of the kids are already
chatting, laughing, and running around.
Sa silid-aralan, ang ilang mga bata ay nagkekwentuhan,
nagtatawanan, at nagtatakbuhan sa paligid.

When Sofia enters the classroom, everyone looks at her.
Pagpasok ni Sofia sa silid-aralan, lahat ay nakatingin sa kanya.

Sofia tries not to look at anybody.
Sinubukan ni Sofia na huwag tumingin kaninoman.

She walks towards some of the toys
and picks up a yellow digger toy.
Naglakad siya papunta sa ilang mga laruan
at pumulot ng isang dilaw na digger na laruan.

Her classmates want to talk to her,
but no one is willing to be the first one.
Gusto siyang kausapin ng kanyang mga kaklase,
ngunit walang gustong mauna.

Then, one boy walks over to Sofia.
Pagkatapos, isang batang lalaki ang
naglakad papunta kay Sofia.

"Hi, my name is Danilo. What's your name?"
"Hi, Danilo ang pangalan ko. Ano pangalan mo?"

"I'm Sofia."
"Ako si Sofia."

Danilo beams with joy and continues to talk to Sofia.
Natuwa si Danilo at patuloy na nakipag-usap kay Sofia.

"Do you like diggers? I like them, too!
There's a big yellow digger toy at the play center.
Do you want to go and play together?"
"Mahilig ka ba sa mga digger? Gusto ko rin sila!
Mayroong malaking dillaw na digger na laruan sa play center.
Gusto mong pumunta at maglaro?"

"YEAH!"
"OO!"

Sofia and Danilo hold hands,
and together they run to the play center.
Naghawak kamay sina Sofia at Danilo,
at sabay tumakbo papuntang play center.

And just like Danilo said, there was
a big, yellow digger toy in the play center.
**At tulad ng sinabi ni Danilo, mayroong
isang malaking, dilaw na digger na laruan sa play center.**

"Let's go! Let's hop on it together!"
"tara! Sabay nating sakyan iyon!"

Sofia and Danilo run to the digger.
Si Sofia at Danilo ay tumakbo papunta sa digger.

While she was having so much fun playing with Danilo,
Sofia thought to herself,
**Habang masaya siyang nakikipaglaro kay Danilo,
Naisip ni Sofia sa kanyang sarili,**

'Playing with Danilo is so much fun!
I can't wait to come back tomorrow!'
**'Ang saya makipaglaro kay Danilo!
Hindi na ako makapaghintay na bumalik bukas!'**

Have you ever been worried or scared about something,
before you even tried it?

**Naranasan mo na bang mag-alala o matakot sa isang bagay,
bago mo pa ito subukan?**

Sometimes we can be scared of places we've never been,
and people who are very different.

**Minsan maaari tayong matakot sa mga lugar na hindi pa natin
napupuntahan, at sa mga taong sobrang iba.**

But when we get to know them,
we find out that there is nothing to be scared or worried about.
Pero kapag nakilala na natin sila, nalalaman natin na wala
palang dapat ikatakot or ipag-alala.

So, next time you are scared about something new,
why don't you give it a try first, and see what happens?
Kaya, sa susunod na matakot ka isang bagong bagay,
bakit hindi mo muna ito subukan, at tignan kung ano ang mangyayari?